இதுவும் கடந்து போகும்

Published By

Ithuvum kadanthu pogum

Edited By Santhiya

Published by : Poetry World Org.

Publisher's Address : Haryana

Printed under PWO in India

Cover photo source: Pinterest

Edition : I (2022)

ISBN (Paperback) - 9789392507182

Book Design by POETRY WORLD

POETRY WORLD ORG 2021

இதுவும் கடந்து போகும்

தலைமை தொகுப்பாளர்

அப்சல் அகமது

தொகுப்பாளர்

சந்தியா லோகநாதன்

இதுவும் கடந்து போகும்

"இதுவும் கடந்து போகும்" - இந்நூல் உங்கள் வாழ்க்கையில் வரும் இன்ப, துன்பங்களை எளிதில், நீங்கள் கடந்து செல்லலாம் என்ற தன்னம்பிக்கையை அடிப்படையாகக் கொண்டு உருவாக்கப்பட்ட ஓர் கவிதை நூல். இன்னல்கள் இல்லாத வாழ்கை ஒன்று இல்லவே இல்லை. ஆனால் எத்தகைய இன்னல்களையும், நாம் கடந்து சென்று, நல்ல நிலையை அடையலாம், அதற்கு தன்னம்பிக்கை ஒன்றே போதும்.

இதோ எங்கள் படைப்பு, உங்களை தன்னம்பிக்கை வழியில் கொண்டு செல்ல... "இதுவும் கடந்து போகும்" புத்தகத்தின் வாயிலாக...

தலைமை தொகுப்பாளர்

இவன் பெயர் அப்சல் அகமது. கண்ணகி தன் சினத்தால் தீயிட்டு சாம்பலாக்கிய மதுரை மாநகரில் பிறந்தவர். தற்போது இளங்கலை பொறியியல் பயின்று வருகிறார். "சீரிய நினைவுகளும் சிவந்த காயங்களும், கற்பனையின் சித்திரம்" ஆகிய நூல்களின் தொகுப்பாளர் ஆவார். மேலும், இவர் 40 மேற்பட்ட நூல்தொகுப்புகளில் இணை ஆசிரியராக பணியாற்றியுள்ளார். திறமையை உள் சுமக்கும் பல திறமையாளர்களை கண்டறிந்து அவர்களின் கனவை நிறைவேற்றுவதன் மூலம் இன்பம் கொள்கிறார்.

நிமிர்ந்து பார்

கண் குறைபாடு உள்ளோர் - உன்
கண் முன்னாள்
கவனிக்க தவறுகிறாய்
கடந்த பின்னால்...

கால் ஊனமுற்றோர்
கடந்து செல்கிறார்
உன் முன்னாள்
கவனிக்க தவறுகிறாய்
கடந்த பின்னால்...

ஏழை எளியோர்
தினம் கண்டு செல்கிறாய்
உன் முன்னாள்
இதை என்ன மறக்கிறாய்
கடந்த பின்னால்

குறையேது மில்லாமல் தினம்
குனிந்து நடக்கிறாயே
நிமிர்ந்து ஒரு கணம் பார்த்தால்
வலியேதும் இராது
நம்பிக்கை அன்று பிறக்கும்
நல்லவை உன் எண்ணில் உதிக்கும்!

- அப்சல் அகமது

தொகுப்பாளர்

இவர் பெயர் சந்தியா லோகநாதன். திருவண்ணாமலை மாவட்டத்தைச் சேர்ந்த தண்டராம்பட்டு என்ற ஊரில் இவர் வசித்து வருகிறார். இவர் தற்போது *"B.Ed"* *NKT* மகளிர் கல்லூரி(சென்னை) முதலாம் ஆண்டு படித்து வருகிறார்.

இவர் 20 மேற்பட்ட நூல்களில் துணை ஆசிரியராக இணைந்து கவிதை எழுதி உள்ளார். மேலும் அந்த நூல்களுக்கு சான்றிதழ்களும் வாங்கி உள்ளார். இவர் முதன் முதலில் தொகுத்து வழங்கிய நூல் "அன்பின் தேடல்" என்பதாகும். மேலும் இவர் மின் வார இதழ்களிலும் கவிதை எழுதி உள்ளார். பல கவிதை போட்டிகளில் கலந்து கொண்டு சான்றிதழ் வாங்கி உள்ளார். மேலும் இவர் தனது *"Instagram"* மற்றும் *"youtube"* பக்கத்தில் கவிதை காணொளியை பதிவிட்டு வருகிறார்.

இவர் "santhiya_pavunu" என்ற புனைப்பெயரில் கவிதை எழுதி வருகிறார். இவர் தற்போது வளர்ந்து வரும் பெண் கவிஞர்களில் ஒருவர்.

இவர் தற்போது *Rj* & *Vj* போன்ற துறைசாரந்த பதிவுகளை செய்து வருகிறார். இவர் ஒரு தன்னம்பிக்கை பேச்சாளர். மற்றவர்களுக்கு தன்னம்பிக்கை அளிக்கும் விதமான காணொளியை தனது *"Instagram"* பக்கத்தில் பதிவு செய்து வருகிறார். மேலும் இவர் புதிய திறமை உள்ள கவிஞர்களை கண்டறிந்து, அவர்களுக்கு கவிதை புத்தகத்தில் கவிதை எழுத வாய்ப்பு தந்து, பல கவிதை நூல்களில் தொகுப்பாளராக பணியாற்றி வருகிறார். இது போல் பல நூல்களை வெளியிடுவதே இவரின் நோக்கமாகும்.

மனிதி வெளியே வா

உன் திறமையை,
சமையல் அறையில்,
மறைத்து போதும்,
மனித வெளியே வா.

உன் ஆசையை,
நான்கு சுவர்களில்,
புதைத்தது போதும்,
மனிதி வெளியே வா.

உன் வலியை,
உன் மனதில்,
மறைத்து போதும்,
மனிதி வெளியே வா.

ஆண்களுக்கு அடிமையயாக,
நீ உழைத்து, உழைத்து,
வாழ்ந்தது போதும்,
மனிதி வெளியே வா.

திருமணம் உறவில்,
வரதட்சணைக் கொடுமையை,
சுமந்தது போதும்,
மனிதி வெளியே வா.

பிள்ளை பெறா உன்னை,
மலடி என்று ஊர்,
கூறியது போதும்,
மனிதி வெளியே வா.

அடுப்பு ஊதும்,

பெண்ணிற்கு படிப்பு எதற்கு,
என்று கூறியவர் வாயை
உடைத்து எறியலாம்,
மனிதி வெளியே வா.

தல பிள்ளை,
ஆண்பிள்ளையாக தான்,
இருத்தல் வேண்டும் என்ற
நிலையை மாற்றி அமைக்கலாம்,
மனிதி வெளியே வா.

உன் கற்பை,
சீரழிக்கின்ற மிருகங்களை,
கொன்று குவிக்கலாம்,
மனிதி வெளியே வா.

விதவை என்று உன்னை,
ஊர் ஒதுக்கிய பின்னும்,
உன் வாழ்கையை நீ வாழலாம்,
மனிதி வெளியே வா.

மாற்றங்கள் நிறைந்த இவ்வுலகில்,
ஆணும், பெண்ணும் சரிசமமே,
என்று உரக்கக் கூறுவோம்,
மனிதி வெளியே வா.

- சந்தியா லோகநாதன்

பொருளடக்கம்

எதுவும் பழகி போகும்

வேடங்கள் பல இட்டு
நிஜங்கள் அழிந்ததே...

போலியிலே புரண்டு
உண்மைகள் மறைந்ததே...

தனிமையின் ருசிகண்டு
உறவுகள் வெறுத்ததே,

துரோகங்கள் பல கண்டு
இதயம் பழகியதே,

நட்பினை பனயமிட்டு
மனம் ஏங்கியத,

உறவொன்றில் நம்பிக்கையிட்டு
உள்ளம் வருந்தியதே,

விதியோ கோலமிட்டு
வாழ்வில் விளையாடியதே,

நடந்தவை நாடகமென்று
யாவும் கடந்ததே!

InfantNesan J

பாதை

காற்றில் வரும் கதகதப்பு!
நெஞ்சில் புது தைரியத்தை தூண்ட,
விடியல் தேடும் விளக்காய்...
தேடிக் கொண்டிருக்கிறேன்!
எனக்கான பாதையை!

வளையும் நதிகள்,
கடலை சேரும்!
அவைகளின் நடுவே!
என் பாதை!
சில நேரம் சீரும்!
சில நேரம் பதுங்கும்!
சில நேரம் பாயும்!
சில நேரம் அலைக்கழிக்கும்!

பாதைகள் எதற்காகவும் மாறாது!
முயற்சிகள் என்னாலும் ஓயாது!
விழுந்த இடத்தில் மீண்டும் தொடங்கி,
இழந்த நிலையில் இன்பம் காண்பேன்!
புது தன்னம்பிக்கையோடு!

Jency clara

கடிகாரம்

மானுடமே உனக்கு நேரம் தந்தால்,
நிம்மதியை மட்டுமே தேடுகிறாய்,

உழைப்பை மறந்து உடலை
ஓய்வு எடுக்க விடுகிறாய்,

நான் காலத்தை கடத்தி
விடுவேன் விரைவாக!

பின் உன் எதிர்காலம் வெறும் கனவாக
மட்டுமே சுமந்து செல்வாய்!

மானுடமே உழைக்க மறந்தால்
உன்னை உலகம் அறியாது,

என்னை பயன்படுத்தி கொள்
உன் வெற்றியை பரித்துகொள்,

என்னை வீணடித்தால்,
உன் வாழ்க்கையே வீழ்ந்து
விடுமடா சகோதரா!
காலத்தை கடத்தும் கடிகாரம்!

 க. தளபதி சுதர்சன்

தடைகளை வெல்வது எப்படி?

எறும்பு தெரியும்தானே உங்களுக்கு
எறும்பு ஒரு உணவை தன்வாயால்
கவ்விக்கொண்டு சென்று கொண்டிருந்தது

அப்போது வழியில் ஒரு விரிசலை கண்டது
அதனால் தாண்ட முடியாமல் திணறியது

பின்பு அந்த விரிசலில் உணவை வைத்து
அதன்மீது ஏறி தான்டிச் சென்றது

பின்பு அந்த உணவை எடுத்துக் கொண்டது
எதுக்காக சொல்றேனா??

வாழ்க்கைல ஒவ்வொரு துன்பத்தையும்
படியாக நினைக்காமல்
அதை பாலமாக நினையுங்கள்

நீங்கள் நம்பிக்கையை இழந்தால் அனைத்தையும்
இழந்தவராக ஆவீர்கள்...!!

தன்னம்பிக்கையோடு இருங்கள்!

அன்புடன் பிரகாஷ்

விடாமுயற்சி உயிர்மூச்சி

முயற்சி இல்லையெனில்
தமிழனின் உயிர்மூச்சு இல்லை என்பது
உலகம் அறிந்த உண்மையே!
சங்க காலத்தில் கடல்கடந்து
சென்று பொருள் ஈட்டி வாழ்ந்தவன்
தமிழன் அல்லவா!

சேர்த்த செல்வத்தை எல்லாம்
மற்ற மக்களுக்கு நன்றி செய்யும் பண்பு
விடாமுயற்சி என்னும் கொள்கை
கொண்ட நம் தமிழனிடமே
காணவல்லது!

சென்ற இலக்கை அடைய உன்னிடம்
இருக்க வேண்டிய ஆயுதமே
முயற்சி!

ஊனமோ உடம்பில் குறைபாடோ
வயதோ முயற்சி உள்ளவனுக்கு
தடையில்லை மனவுறுதியுடன் போராடு
வரும் துன்பங்களை சிரித்தே

கொன்று விட்டு முன்னேறு இடையில்
நின்று விடாதே

இருள் சூழ்ந்த
உலகத்தில் தள்ளப்படுவாய்
மனிதனே!!
முயற்சி நம் உயிர் மூச்சில் கலந்ததே
அக்காலத்திலே!"

Kathiravan.R

வா மானுடமே

என்னிரு விரல்களும்,
காகிதங்களுடன் விளையாடத் தவிக்குதே,
பேனா முனையுடன்,
முட்களும் முத்தமிடத் தவிக்குதே,
நீ தடைகளை தட்டிபறிக்கும் பொழுது,
தடைகளும் தட்டிக் கொடுக்குதே .,
நீ தடையை உடைக்கும் போது!

இழக்காதிரு மானுடமே,
இழக்காதிரு!
தயங்காதிரு மானுடமே,
தயங்காதிரு!
தாழ்த்தி தட்டிப் பறிக்க
தரங்கெட்ட மனம் ஓராயிரமுண்டு,
வியட்நாமிலும் உள்ளதே கல்
இரு -கைப்பாலமென தன் நம்பிக்கை பாலமே,

வா ..மானுடமே!
தன்னம்பிக்கையுடன் சிறந்த சிந்தனை
சிறகடித்து சிகரம் கொண்டு சொல்லுமே!
வா மானுடமே!

R.Royce Antony B.A,Llb.,

உயர்ந்தவன் உனக்குள்ளே

உயர்ந்தவன் உனக்குள்ளே
உன்னைவிட உயர்ந்தவன் ஒருவன்
உனக்குள் இருக்கிறான்
உன்னைவிட சிறந்தவன் அவன்
என்பேன் நான்
தூண்டுகோலாய் இரு
நீ அவனுக்கு
தூக்கிச் செல்வான்
உன்னை மேலே
பலசாலி அவன் புத்திசாலி அவன்
அறிவாளி அவன் கில்லாடி அவன்
எனினும் ஒளிந்திருக்கிறான்
உனக்குள்ளே இன்னும்
யோசிக்காதே நண்பா
தேடிப்பார் உனக்குள்ளே!

ம.ராகவைத்தமாநிதி

தன்னம்பிக்கை

நம்பிக்கையே நம்பிக்கையே

எங்களின் தன்னம்பிக்கையே.

மழை பெய்யும் என்பது

விவசாயிகளின் நம்பிக்கையே.

சாந்திரனின் வளர்ச்சி

நட்சத்திரகளின் நம்பிக்கையே.

முயற்சி என்பது மாணவனின் நம்பிக்கையே.

வேர்களின் வளர்ச்சியே மண்ணின்

உயிர் நம்பிக்கையே.

கடலின் எல்லையை வரையறுக்கும்

கரையின் நம்பிக்கையே.

கல்லின் மீது செலுத்தும் மனிதனின்

இறை நம்பிக்கையே.

வலியின் ஒளி மனதின் நம்பிக்கையே.

காதலின் வலி கண்ணிரின் நம்பிக்கையே.

நாளை விடியும் என்பது

சூரியனின் நம்பிக்கையே.

விழுதாலும் எழலாம் என்பது

மனிதனின் நம்பிக்கையே.

குழந்தையின் வளர்ச்சி

அன்னயின் நம்பிக்கையே.

குடும்பத்தின் வளர்ச்சி
இல்லறத்தின் நம்பிக்கையே.
கவலையை மறைக்கும்
மகிழ்ச்சி ஒரு நம்பிக்கையே.
நம்பிய கைகள் வெறுத்து ஒதுகின
எனது நம்பிக்கையை தவிர
இதுவும் ஒரு நம்பிக்கையே!

A.Sivasankar

உறுதி கொள் மனமே!

மாசு நிறைந்த உலகில்- நாளும்
மாயைகள் பல நிகழும்.
தூசு என்று எண்ணுவர்- உன்னை
துன்பத்தில் சுழற்றுவர்.
உண்மையாய் இருந்திடு - நீ
உடலால் உழைத்திடு.
உதைத்திடுவர் ஏச்சு பேச்சால் — ஆனால்
உறுதியோடு மனதால்.
காயங்கள் மறந்திட்டு- உறுதியாய்
கதைத்திடு உன் மனதோடு.
தேருக்கு உறுதி- அச்சாணியே.
உனக்கு உறுதி- உன் மனதே.
சிறுசிறு மறதிகொள்- உன்
சிந்தையில் நினைவு கொள்
மனதால் உறுதிகொள்!
மாற்றத்தை நீ எதிர்கொள்!

Boomika.M

தன்னம்பிக்கை

விழுந்தால் விதையாகு வேரூன்றி வளர,
முளைத்தால் செடியாகு மற்றவர்களுக்குத் தெரிய,
வளர்ந்தால் மரமாகு தலைநிமிர்ந்து பார்க்க,
முறிந்தால் விறகாகு ஏழைக்கும் பயன்பட,
எரித்தால் உரமாகு இல்லையேல் திருநீராகு,

நம்பிக்கை என்பதை விழுதாக்கி,
தோல்வியை எல்லாம் உரமாக்கி,
முயற்சியை மட்டும் முதலாக்கி,
பிடித்ததை எல்லாம் செய்து வந்தால்,
நாளை உன் பெருமையை பேசும் ஊர் உலகம்,

இழந்ததை நினைத்து வருத்தப்பட்டு,
இருப்பதை தினமும் தொலைத்துவிட்டு,
நாளை நடப்பதை எண்ணி கவலைப்பட்டு
நம்பிக்கை என்பதை இழந்துவிட்டு,
இறுதியில் சாகப் போகிறாயா?

Gopinath R

வலியின் நம்பிக்கை

உன் வெற்றிக்கு
உன் உழைப்பு தான்
உழைக்க தெரியாதவனுக்கு
பிழைக்க தெரியாது
உழைக்க முயற்சி செய் முடியவில்லை
என்றால் பயிற்சி செய்
உன் நம்பிக்கையே உன் வாழ்க்கை
கடிகாரம் ஓடவில்லை என்றால்
உலகம் நிர்க்குமா
நீ உழைக்கவில்லை என்றால்
உனக்கு வெற்றிக் கிடைக்குமா?
உன் தோல்விக்கு உன் கண்ணீர்
உன் வலிக்கு உன் அழுகை
உன் காயத்துக்கு நீயே மருந்து
ஓடு முடியும் வரை ஓடு
காலம் கரையட்டும்
நேரம் நகரட்டும்
இலக்கு அடையும் வரை
நம்பிக்கை கொண்டு ஓடு
பேசுபவர்கள் பேசட்டும்
சிரிப்பவர்கள் சிரிக்கட்டும்
தன்னம்பிக்கை கொண்டு ஓடு
உலகம் உன் பெயர் சொல்லும்!

MN

என் வாழ்க்கை பயணம்

என் வாழ்க்கை பயணம்

எவ்வளவு வலிகளுடன்

என் வாழ்நாட்கள் துவங்கினாலும்,

எவ்வளவு மனவலிகளுடன்

என் வாழ்நாட்கள் துவங்கினாலும்,

மனவலிகளை மறைத்துக்கொண்டு,

என்றோ ஒருநாள் என்வாழ்வில் என் வெற்றி

இலக்கை அடைந்தே தீர்வேன் என்ற நம்பிக்கையில்,

சிறுபுன்னகையுடன் நாட்களை கடக்கின்றேன்.

இதுவும் கடந்து போகும்!

Vasantha kumar.B

தன்னம்பிக்கை

மனிதனை கல்லில் கட்டி கடலிலெறிந்தால்
        எழ தூண்டுவது தன்னம்பிக்கை!

எரிமலையிலே தவறி விழுந்தால்
        எழுப்பி விடுவது தன்னம்பிக்கை!

பல இன்னல்கள் விருந்தினரானால்
        அதையும் இன்பமாக்குவது தன்னம்பிக்கை!

கண்ணைக்கட்டி இருளில் விட்டால்
        அதை வெளிச்சமாக்குவது தன்னம்பிக்கை!

ஆகாயத்தில் பறக்க நினைத்தால்
        சிறகுகள் அளிப்பது தன்னம்பிக்கை!

ஒவ்வொரு நொடியும் உயிர்வாழ
        மூச்சாய் இருப்பதே தன்னம்பிக்கை!

நான் கவிதை எழுதுவதற்கு
        துணையாய் நிற்பதே தன்னம்பிக்கை!

தமிழ்நிலா.கி.நவீனா

இதுவும் கடந்து போகும்

இதுவும் கடந்துபோகும்

மனதேசத்தில் ஊர்வலம் வரும்

எண்ணிலா நினைவுகள் எண்ணத்தினை

பிரதிபலிக்கிறதோ ஐயத்தைவிட்டு

அரும் பெரும் பொக்கிசத்தைப் பெற்றிட

ஓயாமல் உலா வருகின்றதோ

எல்லோரும் சொல்வர்

விரைவில் மாற்றம் வரும்

இந்த நிலை மாறும்

இதுவும் கடந்து போகும்என்று

கடப்பது என்று

போவது என்று

புழுவாய் மனம் துடித்தபொழுது வராத

சொந்தங்கள் வெந்தணலாய்

வெந்தபொழுது வராத

சொந்தங்கள்பூவாய்

மாறியபின்னர் வந்திடுமோ

இதுவும் கடந்து போகுமோ

இமை மொட்ட கண்ணீர் கன்னக்கரையில்

வழிந்திடவும் இயலாமல்

இதுவும் கடந்திடுமோ

உள்ளத்தில் உறவில்

உவகையில் பொங்கிப் பெருகிய எண்ண

அலைகள் எப்படியோ மாற்றம் கொண்டதோ

இதுவும் கடந்து போகுமென்பதனை

உணர்த்திடவே

எண்ணத்தை ஏட்டைப் புரட்டிட்ட.

வண்ணக் களஞ்சியமே

வற்றாத ஜீவந்தியே

உன்னிலே என்னை எழுத்து

இதுவும் கடந்து போகுமோ!

முனைவர் கவி சு.நாகவள்ளி,மதுரை

துவளாத மனம் கொள்

வறுமை சூழ்ந்தாலும் திறமையை விடாதே
முயற்சிக்கு எந்நாளும் முடிவு கிடையாதே

பயிற்சியையும் தொடர் முயற்சியையும் கைவிடாதே
வெற்றி பாதையை தேடி தரும் துவளாதே

வெற்றியும் தோல்வியும் வீரனுக்கு அழகு
வெற்றியை மட்டும் பெற்றிட பழகு

வெறுங்கையால் முழம் போடுவதாய் கருதாதே
விரல்கள் பத்தும் மூலதனம் மறவாதே

முடியாது என்று யாரிடமும் கூறாதே
முடியும் ஒருநாள் விடியும் கலங்காதே

ஏற்றங்கள் வரும் மாற்றங்கள் தரும்
சீற்றங்கள் வேண்டாம் முகவாட்டமும் வேண்டாம்

துணிந்து நில் துவளாத மனம் கொள்
எந்நாளும் அயராது உழைக்க உறுதிக் கொள்

ஜெ. சிவக்குமார். அருளவாழி,

தன்னம்பிக்கை

நம்மாள் முடியுமா?
என்று யோசிக்கும்,
ஒவ்வொரு நிமிடமும்,
நம் வெற்றியை
யாரோ ஒருவர்,
எடுத்து கொள்கிறார்,
வலிகளையும் தாங்கி,
தடைகளையும் மீறி,
நதி நீர் போல,
தன்னம்பிக்கையுடன்,
ஓடிக் கொண்டு இரு,
காடுகளும் வழிவிடும்,
மலைகளும் உடையும்,
வழியும் சீராகும்,
சிவப்பு கம்பளமும் விரியும்,
வானமும் அண்ணாந்து,
பார்க்கும் உன்,
வெற்றியை. . .

K.Soundarya

முயற்சியே எழுச்சி

நொவ்வல் தரும்
நொடிகள் வரும்
துவளாதே.....
நீ
துவண்டு விட்டால்
தூக்கம் கூட!!!!
தொலைந்து விடுமே......

முடியும் என்று
சொல்லிக்கொண்டு
முந்தி எழு.....
நீ
எழுந்து விட்டால்
எட்டாத ஏணி கூட!!!
எட்டி விடுமே....

தமிழரசன் ரா

கருமுகில்

தூக்கி எறிய விரும்பும்
சில எண்ணங்கள்
இடைவிடாது எரியுது
என் நெஞ்சிக்குள்ளே

விளக்கைச் சுற்றும்
விட்டிலைப் போல்
என் ஞாபகங்கள்
முப்பொழுதும் உன்னைச்சுற்றுதடி

என் கண்தாண்ட
மறுக்கும் கண்ணீர்
துளிகளுக்கு புரிவதில்லை
என் சோகம்

பூட்டிய வீட்டுக்குள்
வெள்ளமாய் புகுந்த காதல்
எனக்கு மட்டும் புயலாய்
மாறி போனதேனோ

உடையும் கருமுகில் மழையாய்

பொழிவதுபோல்

நான் உடையும்பொழுது

என்னுள் தோன்றிய வரிகளிவை

சூரியனாயினும் விழுந்து

எழுந்தால்தானே உண்டு

வெளிச்சம் எழுந்து

விடுவேன் என்ற நம்பிக்கையில்

நானும் இங்கே !

மணிராஜ். பா

முயற்சி செய்

எவ்வித தோல்வியும் இன்றி

வெற்றியும் இல்லை,

எவ்வித தோல்வியும் இன்றி

பயிற்சியும் இல்லை,

தோல்வியில் வெற்றி

கொண்ட பிற்சியை

கையில் ஏந்தி முயற்சி செய்

இயற்கையும் வழி கொடுக்கும்

உனது வெற்றிக்கு!

Khalifa

எழுந்து நின்று பாருங்க!

எழுந்து நின்று பாருங்க!
இளமையே உன் ஆற்றல் தன்னை
இழந்து விட்டு வாழ்வதா?
கனவுகளின் சிலுவையிலே
உன்னை நீயே அறைவதா?
உன் முடிவை உன் முடிவே
கொன்று விட்டுப் போகுமா?
மேல் மனதில் பதிவதெல்லாம்
மென்மை வந்து சேர்க்குமா?
எடுத்த எடுப்பில் இமயமென்ன?
கைகுலுக்கிப் போகுமா?
எடுத்து எடுத்து பயிற்சி செய்தால்
இமயம் அடங்க மறுக்குமா?
இந்த நிலையும் கடந்து போகும்
எழுந்து நின்று பாருங்க!!
எழுந்து நிற்கும் திறமை தானே,
அழகு என்று பாடுங்க!

ஆனந்தி.தே,

சிந்தனை செய் மனமே

சிந்தனை செய் மனமே
சிந்திக்க மனம் இருக்க,
உன்னுடன் நீ இருக்க
என்ன வேண்டும் இனி,
ஓடுவதற்கு நேரம் இருக்க,
ஓட்டத்திற்கு நீ இருக்க
என்ன வேண்டும் இனி,
நடிப்பிற்குக் கூடம் இருக்க,
நாட்டத்தோடு நீ இருக்க
என்ன வேண்டும் இனி,
திறமைக்காக மேடை இருக்க,
திறமையோடு நீ இருக்க
என்ன வேண்டும் இனி,
தரணி ஆள பலம் இருக்க,
தன்னம்பிக்கையோடு நீ இருக்க
என்ன வேண்டும் இனி.
தன்னம்பிக்கையோடு தடம் பதி.
உன் வரலாற்றை உலகம் சொல்லும்.
என்ன வேண்டும் இனி
சிந்தனை செய் மனமே!

இரா.ராதிகா

புதுமையை நோக்கி புறப்படு

எழுந்து நிற்பவனுக்கு திரும்பும்

திசையெல்லாம் கிழக்குதான்.

விடியல் உன் கையில்தான் உள்ளது

உலகம் அதை எதிர்பார்த்து தான் நிற்குது.

இன்னல்கள் இடியெனவிழுந்தாலும்

நீ படிபடியாக முன்னேறு.

விழுவது எழுவதற்குதான்.

வீழ்வது வாழ்வதற்குதான்.

இமயமும் உன் இமைக்குள்தான்

நீ முயன்றால்.

தடைகளை உடைத்திடு.

புது சரித்திரம் படைத்திடு.

அதற்கு ஒரே விடை உன்னுள்

தன்னம்பிக்கை விதைத்திடு.

எதிர்காலத்தை நோக்கி பயணித்திடு!

Varniga.S

எங்கே செல்லும் இந்த வாழ்க்கை?

வாழ்க்கை யாருக்கும் சீராக அமைவதில்லை !

உலகமே தெரியாத வரையில் எவ்வித

பிரச்சனையும் இல்லை .

காண்பவர் எல்லாம் மகாபாரத தர்மர் தான் ,

நமது குருட்டுக் கண்களுக்கு,

நல்லதை மட்டுமே செய்யக்கூடியவர் என்ற

பிரம்மை நம்மை அறியாமலே தொற்றிக்கொள்ளும்

ஆட்டிப்படைத்து விடும் .வளர வளர தான்

புரியும் தோள் கொடுத்தவர்கள் துரோகிகளா ?

இல்லை துகிலை உரிய துடிக்கும் துச்சாதனர்களா?

சர்வ நாசம் விளைவிக்கும் துரியோதனர்களா?

யாருக்கு தெரியும்? இனிக்க இனிக்க

பேசக் கூடியவர்கள் தான் பின்பு

சபிக்க சபிக்க சாபம் விடுவார்கள்!

வலித்தால் அழுதுவிடு!

பிரிந்தால் மறந்துவிடு!

வலுவிழந்தால் விரைந்து விடு!

வாழ்க்கைக்கே சவால் விடு!

பிரம்மனுக்கு படைப்பது தான் பிரதான

வேலை ,பிறப்பெடுத்தவன் நீ பிறவிப்

பெருங்கடலை நீந்தி விடு !முடிந்தால்

உனக்கு ஏற்ற கதாபாத்திரமாக

நீ உருமாறி விடு!

எதுவும் சாத்தியம்தான்

தைரியம் ஜீவசமாதி அடையாத வரை!

பா.கவுசிகா (பார்கவி)

இதுவும் கடந்து போகும்

எதுவும் சில காலம்
இதை அறிந்தும்
பல காலம் வீண் செய்தோம்
வாழ்க்கை ஒரு போர்க்களம்
போராடினால்
வாழ்க்கை உனக்கு வெற்றி களம்
துன்பம் கோட்டையின் சிறு ஓட்டை
இன்பம் கோட்டையின் மதில் சுவர்

சிறு ஓட்டைக் காக மதிலை
இடித்து விடாதே!

கடல் எவ்வளவு பெரியது அதிலே
வாழும் உயிர் எவ்வளவு சிறியது.
ஆழ்கடலின் ஆழம் தெரிந்தும்
பேரலைகளின் துன்பம் தெரிந்தும் வாழும்
உயிரினங்களை பார்
உன் உயிரை

மாய்த்துக்கொள்ள உன் வாழ்வை

வெறுத்து கொள்ள நினைக்கும் முன்

ஒருகணம் யோசி
மனிதம் என்ற

புனிதம் எவ்வளவு
அழகானது என்று

இழந்ததை நினைத்தும்
கடந்ததை நினைத்தும்

பயனில்லை
நடப்பது யாவும்
நன்மைக்கே
என
நீ எடுத்து வைக்கும்

ஒவ்வொரு அடியும்
வெற்றிப் பயணமே!

இதுவும் கடந்து போகும் -
இதய புன்னகையோடு

எழுந்து வா!
வெற்றி உனக்குதான்.

கவி.செ. சரஸ்வதி

தன்னம்பிக்கை

சோகக்கடலில் நீந்திய என்னை,

சோகம் மறந்து,

சொர்க்கம் எனும் கரைத்தேடி,

உடல் சோர்ந்தபோதும்,

உள்ளம் சோராமல்,

கரையேற்றினாயேடி நீ,

வரிகள் எல்லாம் என்னவளையே

சேர்த்ததென,

எண்ணுகிறாய் அல்லவா,

அல்ல

காட்டிய என்

நம்பிக்கையே.

குமரவேல்

தன்னம்பிக்கையெனும் தாரக மந்திரம்

இதுவும் கடந்து போகும்
வரியினிலே கண்ணகியின் வாழ்வு
மதுரையில் இரண்டாம் அத்தியாயமானது!

நாளை நல்விடியலாகும்
இராமனின்
நம்பிக்கை இராமாயணக் காப்பியமானது!

இலக்கில் பயணி ஏகலைவனின்
வெறியே துரோணாச்சாரிக்கு
கட்டைவிரலை குருதட்சணையாக்கியது!

முடியும் என்ற தாரக மந்திரம்
பாண்டவர்களின் அரசவை மீட்டது!

கிடைக்கும் என்ற மனதிடம் குசேலனுக்கு
கிருஷ்ணனின் அருளாசியானது!

இப்படியான தன்னம்பிக்கை எனக்குள்
இருக்க சாதனை படிகள் காலடித் தடமானது!

முனைவர்.பெ.தமிழ்ச்செல்வி

என்மீதுள்ள நம்பிக்கை

விரல் சோர்ந்து தேய்ந்திடும்
எண்ணமே உழவனின் நம்பிக்கை!
உடல் தேய்ந்து உழைத்திடும்
உரிமையே உழைப்பாளின் நம்பிக்கை!
ஒளியில் பூத்து மறு ஒளியில்
பூப்போமென்பதே பூவின் நம்பிக்கை!
மாலையில் தேய்ந்து அதிகாலையில்
கண் விழிப்போம் என்பதே
கதிரவனின் நம்பிக்கை! ஆயிரம்
ஆசைகள் வந்தாலும் அன்னையையும்
அப்பனையும் அரவணைப்பதே அவர்மீது கொண்ட
பாசத்தின் நம்பிக்கை! தீரா நோயே
வந்தாலும் கவிதை தீட்டுவேன்!
இதுவே என் தன்னம்பிக்கை.!

மு.கவியோகேஷ்

எழுந்து வா

வெற்றி வேரை
நிலத்தில் நிறுத்திட
வியர்வை நீரை
விநியோகம் செய்...!

இலக்கை
எட்டிப் பிடிப்பதற்கு
இதயத்தில்
குறிக்கோள் வை...!

துவளும் மனதை
தோக்கிப்போடு
துளிரும் முயற்சிக்கு
தூபம் காட்டு...!

உளியாய்
உன்னை செதுக்கு
ஒப்பற்ற சிலையென்று
உலகம் காணும்...!

இடறி விழும்
எண்ணங்களை
எடுத்து வீசு
ஏணியில் ஏறும்போது...!

தடையிடும்
தருணங்களை
கலையெடு...

நாளைய உலகம்
உனது பாதையில்
நடைபோட!

தண்டாயுதபாணி

இன்னல் தகர்க்க வரும் இன்பம்!

முற்களிருந்தாலும்
மத்தியில் அழகிய ரோஜா
உள்ளதள்ளவா?

மேடு பள்ளங்களிருந்தாலும்
இடையூறெனக் கருதாது
ஆறுகள் தன் இலக்கு நோக்கி
பாய்கிறதள்ளவா?

பாறைகளில் வீழ்ந்தாலும்
தடையெனத் துவளாது
விதைகளும் விடாமுயற்சியோடு
வளர்ந்து வெல்கிறதள்ளவா?

நடுக்கடலில் புயலடித்தாலும்
துடுப்பின் துணையோடு
தன்னம்பிக்கையுடன்
கரையைத்தான் சேர்ந்திடலாமே!

இடர் வரினும் தடை வரினும்
உடன் வருவது நமக்கான

இன்பமே!! என்றும் நம்மில்
நீங்காது நிலைத்திடும்
நம் இன்பங்களே!
நம் புன்னகைகளே!

சு. த. ரேணுகா

கருப்பு நிலா

சிராய்ப்புகளாய் மனம் கொண்ட

கசப்பான காயங்களை ஊசியால்

கீறுவது போல் உதிர்க்கப்படும்

சில வார்த்தைகள் தான்

சக்திபல கொண்ட ஆயுதம்..

ஆம்!

அவ்வாயுதத்தால் குருதி சிதற

எத்தனை முறை கீறப்பட்டாலும்;

எத்தனை முறை ரணம் கொண்டாலும்

தளராமல் போராடும் ஒவ்வொரு உள்ளமும்

எவரும் இரசிக்காத!

கருப்பு நிலா!

கேசவர்த்தினி கலைச்செல்வி

ஓர் விதையின் தன்நம்பிக்கை

கனியை உண்டுவிட்டு
வேண்டாம் என கீழே தூக்கி
வீசப்படும் விதை தான்,
வானம் சிந்தும் கண்ணீர் துளியில்
மண்ணில் புதைந்து ,மண்ணை
உடைத்து முளைத்து செடியாக
வளர்ந்து மரமாக உயர்ந்து,
காய், கனி, நிழல் எனதந்து
தான் மட்டும் பயன்படாது
பிறருக்கும் உதவுகிறது,
நீங்கள் அவமானத்திற்கு உள்ளானால்
உதாசீனப்படுத்தப்ட்டால் வலிகளை சந்திக்க
நேர்ந்தால் துவண்டு போய் விடாதீர்கள்?
நீங்கள் தற்போது இருக்கும் நிலை தான்
உங்கள் வாழ்க்கை இறுதி வரை இருக்கும்
என்பதில்லை நீங்கள் முயன்றால் வெற்றி
உன் கைவசத்தில்,விதைபோல்
வாழ பழகிகொள்ளுங்கள்!
சிறு விதையால் முடிவது உன்னால்
முடியாதா என்ன? மனிதா.

பா.சபீரின் சுகைனா

தன்னம்பிக்கை

முயலும் முதற்படிகள் ஒவ்வொன்றிலும்
உன் முயற்சிகள் நிரப்பு
வேற்று படிகளாக கடந்தாலும்
உச்சி படியில் உன் வெற்றி மின்னும்
துளிர் விடும் விதையில்
ஒரு துளி ஈரம் போதும்
மண்ணை முட்டி விண்ணை எட்ட
விருட்சமாய் படரும்
விழிகள் சிந்திடும் விழிநீரும்
வீணாய் கரையாது
கரையோரம் காத்திரு உன்னை
வருடி செல்லும் ஒருநாள் முத்துகள் சுமந்து
இவண் வீண் என்று எண்ணிட்ட
சிந்தனைகள் அனைத்தும்
நெருப்பில் பொசுங்கட்டும்!

சிவரஞ்சனி சிவலிங்கம்

இதுவும் கடந்து போகும்

உன் வெற்றிக்கு உன் உழைப்பு தான்
உழைக்க தெரியாதவனுக்கு
பிழைக்க தெரியாது
உழைக்க முயற்சி செய் முடியவில்லை
என்றால் பயிற்சி செய்
உன் நம்பிக்கையே உன் வாழ்க்கை
கடிகாரம் ஓடவில்லை என்றால்
உலகம் நிர்க்குமா
நீ உழைக்கவில்லை என்றால்
உனக்கு வெற்றிக் கிடைக்குமா?
உன் தோல்விக்கு உன் கண்ணீர்
உன் வலிக்கு உன் அழுகை
உன் காயத்துக்கு நீயே மருந்து
ஓடு முடியும் வரை ஓடு
காலம் கரையட்டும்
நேரம் நகரட்டும்
இலக்கு அடையும் வரை
நம்பிக்கை கொண்டு ஓடு
பேசுபவர்கள் பேசட்டும்
சிரிப்பவர்கள் சிரிக்கட்டும்
தன்னம்பிக்கை கொண்டு ஓடு
உலகம் உன் பெயர் சொல்லும்!

Azhagi

நம்பிக்கை

அன்னைத் தமிழின்
அற்புத வார்த்தைகளிலிலே
அற்புதமான தாரக மந்திரம்
சொல்லே நம்பிக்கை
நம்பிக்கையோ!

அழகான வாழ்வை அடையாளப்
படுத்திடவே எத்தனிக்கும்!
ஆயுதமாக மாறி அவலங்களை
தீயாக அதுவே எரிக்கும்!
இன்பத்தை விளைவிக்கவே
இயன்றவரை போராடும்!

ஈடில்லா வலிமையை
உள்ளத்திற்கு வெகுமதியாய்
கொடுத்து சாதிக்கும்
வேதத்தினை சத்தமின்றி பாடும்!

உறவுகளைப் புனிதப்படுத்திவிடும்,
உணர்வுகளை நேர்வழியிலே
நிலை நிறுத்திவிடும்!

ஊழ்வினைகளையும்
ஊரும் வினைகளையும்
உற்சாகத்தாலே அழித்துவிடும்!

எப்போதும் முழுபெலனாய்
உடனிருந்தே சாதனைகளுக்கு

கட்டியம் கூறி விடும்!

ஏக்கங்களை தீர்த்து,
ஏமாற்றங்களை அகற்றிவிடும்!

ஐயங்கள்
எழாமலே அறிவுக்கும் ஆணையிடும்!

ஒவ்வொரு அவமானம், படுதோல்வி களையே
வெற்றியின் படிக்கல்லாய் மாற்றி விடும்!

ஓயாமல் உழைத்திடும் உத்வேகத்தை
வாரி வழங்கிவிடும்!

ஔவையின் ஆத்திச்சூடியை வழிகாட்டியாய்
வடிவமைத்து விடும்!

அஃதே நம்பிக்கையின் நல்
இயல்புகளில் சிறு துளிகள்!

நம்பிக்கை இழந்தவனுக்கோ
வாழ்க்கை முழுவதுமே வலிகள்!

நம்பிக்கை உடையவனுக்கோ நடக்கும் பாதை
எங்கும் வாழ்ந்திட ஆயிரம் வழிகள்!

இளம் கவிஞர்,

சா.விஜய்குமார்

காலம் மாறிப் போகும்

பூமி ஒரு போதும் சுற்றுவதை நிறுத்தாதே,

ஊழி நெடுங்காலம் காணாமல் அழியாதே,

வெயில் காற்று

பனி மழை பொழிந்திடுமே,

கோபம் வெறுப்பு

அன்பு பாசம் கலந்திடுமே,

அறிகுறி வரும் முன்னே

மழை வரும் பின்னே,

கருமேகம் தூதுவிட்டு

சாரல் வரும் கண்ணே,

நிலவே நிலவே

தேயாமல் வளராதே,

மனக்காயம் ஒரு நாளில் என்றும் ஆறாதே,

காலம் மருந்தாகும் பொறுத்தால் சரியாகும்,

நேரம் உனைமாற்றும் இசையால் அது மாறும்,

இலைகள் விழுமே துளிர்த்தல் வரமே,

அதுபோல் துயரம்

என்றும் மாறுமே,

மேகம் கலையும்

மீண்டும் சேரும்,

அதுபோல் காயம்

வரும் நாளில் மறையுமே,

அதிகாலை மாலை வானிலை மாறும்,

அதுபோல் வாழ்வும் பின்நாளில் மாறிடுமே!

ச.பாலசுப்பிரமணி

இதுவும் கடந்து போகும்

நாட்குறிப்பின் ஒவ்வொரு நாட்களையும்
நிகழ்காலம் விழுங்கி தீர்க்க
கடந்தகாலம் மட்டும் இதிலென்ன விதிவிலக்கா?
காயங்கள் நினைவு கூறி
காலங்கள் தீர்க்கிறது
பகல் முழுதும் அவமானங்கள் கண்டு தீர்த்து
இரவதனில் இமை மூட சென்றால்
இமைகள் நினைவு கூறுகிறது
காதல் நினைவையும், எதிர்கால பயத்தையும்
ஏமாற்றத்தையும், வலிகளையும்
அவமானத்தையும், அத்தனையையும்
இவை யாவும் கடந்து
இமை மூட முயல்கிறேன்
இமைக்கு மட்டுமல்ல இதயம் கூட
இருள் சூழ்ந்து தவிக்கிறது
விழி நீர் கசிந்து தலையணையுடன்
ஆறுதல் தேட
முடித்து கொள்ள என்றும் வாழ்க்கையில்
வழக்கம் போல் தாயின் கண்ணீர்
நினைவுக்கு வர
தலை கோதும் அன்னை மடி சேர்ந்து
ஆறுதல் தேடி அத்தனைக்கும் முடிவு கூறி
விடியல் தேடும் மனதிற்கு உரைக்கிறேன்
"இதுவும் கடந்து போகும்""என!"

Mydeen Anis Fathima

இதுவும் கடந்து போகும்

இதயத்தை தகர்க்கும் இன்னல்களையும்!

துன்பத்தை தந்திடும் துயரங்களையும்!

சோதித்திடும்   பல சோதனைகளையும்!

சலிப்பைத் தரும் சங்கடங்களையும்!

இதுவும் கடந்து போகும் என்போம்!

சோதனையை சாதனையாகவும் மாற்றி,

மகிழ்ச்சிக்கு வழி வகுப்போம்!

வாழ்க்கையை வண்ணமயமாக!

வலிய நெஞ்சம் பொருந்தியவராய்!

வலம் வந்து   வென்றிடுவோம்!

வழித் தடம் பதிக்க முயற்சிப்போம்!

எதிரிகளுக்கு இடம் கொடுத்துவிடாது!

எதிர்வரும் எதிர்ப்புகளை எதிர்த்து விடுவோம்!

எதையும் தாங்கும் மனமாய்!

இதுவும் கடந்து போகும் என முழங்கிடுவோம்!

கவிஞர் சை.சபிதா பானு"

வெற்றி ஒளி

சூரியன் மலர்வதற்குள் நீ எழ
ஆரம்பித்து விட்டாலே உன் வாழ்க்கையில்
ஒளிகதிர் வீச தொடங்கிடும்!

தொடக்கத்தில் நீ காட்டுகின்ற
உற்சாகம் தொடர்ந்து காட்டு நீ
எளிதில் வெற்றி பெறுவாய்!

முடியாது என்ற சொல் முட்டாளுக்கு
சொந்தமானது!

முடியும் என்ற சொல் முயற்சி
செய்யும் உனக்கு சொந்தமானது!

இலக்கை நோக்கி முன்னேறு
இடையில் உன்னை இடையூறு செய்யவும்,
சித்தரிக்கவும் சிலர் பாடம் புகுட்ட வந்து
செல்வார்கள் உன் வாழ்வில்!
கற்றுக்கொள்! அவர்களிடமும்
உனக்கு பாடம் கற்றுக்கொடுக்க தான்
கடவுள் அவர்களை உன்னிடம்
என்பதை நீ உணர்ந்திடு!

கடுமையாக உழை ஆனால் ஒருபோதும்
பிறர் உழைப்பை சுரண்டி வாழ நினைக்காதே!

வறுமையில் வாழ்ந்தாலும்,
வலியோடு வாழ்ந்தாலும்,

நம்பிக்கையோடு உன் மனக்கதவை
திறந்து வை!
வலியோடு வாழ்க்கையை கடந்து வந்த
உனக்கு வெற்றி ஒளிவீச இறைவன்
அருள்புரிவாய்! தன்னபிக்கையோடு
காத்திரு நிச்சயம் ஒருநாள்
பௌர்ணமியாய்
பிரகாசிக்கும் உன் வாழ்க்கை!

பா.நிரோஷ்ஷா

இதுவும் கடந்து போகும்

முத்துப்பல் சிரிப்பில்

அவள் பார்க்கும் போது;

பித்துப்பல பிடித்து

திரிந்த காலம் உண்டு;

முட்டைக்கண் முழியுடன்

எனை நோக்கும்போது;

கட்டைப் போல் சொக்கிய

நேரமும் உண்டு;

பிரிவொன்று கண்டோம்

மனம் வாடிப்போனேன்;

கூட்டத்திலும் தனி மரமாக நின்றேன்;

வருடங்கள் கடந்தும்

உயிர் காத்து வந்தேன்;

இதுவும் கடந்து போகும்

என நம்பி வாழ்ந்தேன்.

SRK

மனதில் உறுதி வேண்டும்

நேர்மறையான சிந்தனை
கற்றுக் கொள்வோமே!
வாழ்வில் கவலை
நெஞ்சில் வேண்டாமே!
வாழ்க்கையை இரசித்து வாழ்வோமே!
வாழ்வின் ஒவ்வொரு நாளையும்
மகிழ்ச்சியுடன் வாழ்வோமே!
வாழ்க்கை அழகானது வாழ
முயற்சி செய்வோமே!
நலமுடனும் வளமுடனும் வாழ்வோமே!
நம்பிக்கை நல்லதாகக் காட்டுவோமே!
உழைப்பு உயர்வாகக் காட்டுவோமே!
இயற்கையின் அழகு அழகாகக் காட்டுவோமே!
வாழ்க்கையை வளமான வாழ்வாக வாழ்வோமே!
வார்த்தையிலும் வலிமை வேண்டுமே!
தன்னம்பிக்கையுடன் இவ்வுலகில் வாழ்வோமே!

கவிஞர் மா.நஜ்மூன்

தன்னம்பிக்கை கொண்டிரு வையகமே திருத்தலாம்

மணல் குவியலாய் கரைந்து போகாதே
மலை வீழ்ச்சியாய் உயர்ந்து சென்றிடு
தேனீயின் ஆற்றல் பெற்றிட எண்ணாதே
அதன் அறிவைக் கற்று சிறந்திடு!

கர்ஜனை பெரிதோ தந்திரம் பெரிதோ
காட்டில் தெரிந்திடுமே அதையே உணர்ந்திடு
ஆசைகள் உண்மையா முயற்சிகள் உண்மையா
அனுபவம் தந்திடும் ஆதாரம் வையகமே!

பிறரைப் போல என்பதைத் துறந்து
தன்னைப் போல என்பதை விதைத்திடு
பாலை வனமுமே பசுமை பிறந்திடும்
உயிர்களும் அங்கே வாழும் தருணமே!

வீண் சத்தங்கள் சரித்திரம் படைக்காது
கயவரை வீழ்ந்தும் சட்டங்களே படைத்திடு
மனிதம் வித்திடு மானுடம் காத்திடும்
நம்பிக்கை கொண்டிரு தன்னலம் கருதாது!

ம.சுதா கவி

நம்பிக்கை

சிறு சுடராய் பற்றி
முழு மனம் எங்கும் படரும்
உள்ளந்தீயே நம்பிக்கை
பள்ளம் தேடி பாயும் வெள்ளம் போல
உன் பாதை தேடி பாயும் கால்கள் கொள்
மண்ணை முட்டி தலைக்காட்டும்
சிறு விருட்சம் போல்
உன்னையும் உலகில் உயர்த்தி காட்டிட
உள்ளம் கொள்
இருள் சூழ்ந்த இடத்தில்
ஒரு ஓரம் ஒளிரும் விளக்கு
இருளை விரட்டி அடிப்பது போல்
தோல்வியை துரத்தும் எண்ணம் கொள்
நாளெல்லாம் கரைத்தாண்ட தரை முட்டி
ஒரு நாள் நிலம் சேரும் கடல் அலை
போலவே விடாமுயற்சி கொள்

இயற்கையிடம் பாடம் கற்று வாழ்வினை
வசம் ஆக்கிட
முழு நம்பிக்கை கொள்!

Divan Thasneem.M

இதுவும் கடந்து போகும்

நம் பிறப்பே ஒரு
போராட்டம் தான்
பல தடைகள்
கண்ட நமக்கு
இந்த புதிய
தடையை வெல்ல
முடியாதா

கடும் காற்றிலும்
அனையாத நம்
நம்பிக்கை என்னும்
விளக்கு இதில்
மட்டும் அனையுமா
தன்னம்பிக்கை என்னும்
எண்ணெய் குறையாமல்
இருந்தால் போதும்!

Sakthivel

தன் ந(து)ம்பிக்கை!

நிற்கும் பூமி

நிலையின்றி

சுழன்றாலும்...

இங்கு - எதுவும்

நிலை ,

தடுமாறுவதில்லை...

சொந்தம் ;

செல்வம் ; நட்பென ,

சகலமும்

சாதகம் மறுத்தாலும்...

தன்

ந(து)ம்பிக்கை

வாரிச்சுருட்டு ,

வாரணம் ஆயிரம்

ஆவாயடா நண்பா...!''

Vinay Krish G

காதலும் கடந்து போனது

நட்பென தொடங்கி நகர்ந்தோம்..
சில நாட்களில் காதல் எனும்
கவியில் இணைந்தோம்..
இரு கரம் கோர்த்து இடைவெளி
இன்றி நடந்தோம்..
இரு சுவாசமும் ஒன்றென இப்பொய்யுலகில்
மெய்யாய் வாழ்ந்தோம்..
செல்ல சண்டைகளில் சிறு பிள்ளைகள்
போல் சற்று கோபித்தோம்..
இச்சிறு இடைவெளியே பெரும்
பாலமாய் மாறியது..
எப்படி,எதற்கு, ஏன்
இந்த உறவென்று உதறிவிட்டான்..
யாரோ என தொடங்கி..
என்னவள் என நடந்து
இன்று யார் நீ என்றே முடிந்தது
இந்த காதல்..
கடந்து சென்றான்
என் காதலோடு சேர்த்து
என்னையும் கடத்தி சென்றான்..
காத்திருக்கிறேன் காதலுடன்!

தஞ்சை தமிழச்சி அபிநயா

தன்னம்பிக்கையே கை கொள்

வீழ்ந்த போதும் எழுந்திருக்க கற்று தந்தாய்...

ஒடிந்த போதும் துளிர்க்க வைத்தாய்...

சிதறிய போதும் சேர்த்து அணைக்க கற்று தந்தாய்...

கதறி அழும் போதும் கரம் கொடுத்தாய்...

உன்னை தவற விடும் போது

என் வெற்றியை தவற விடுகிறேன்...

எந்நிலையை தேடுகிறேன்

தன்னம்பிக்கையே கை விடாதே

கை கொள் கொண்டாட நாளைய நாளினை!

இ. யுவராஜ்

காலமே மருந்து!

கல்பட்ட குளத்துநீர்
கலங்கினாலும் கலையாது!
அதுபோலே உன்வாழ்வும்!
வருத்தங்கள் வந்தாலும்
வசந்தங்கள் குறையாதே!

துக்கங்கள் இருட்டானால்
தீர்வுகளாய் விடிந்துடுமே!
மாற்றங்கள் அதிகரிப்பின்
அனுபவங்கள் பெருகிடுமே!

நிமிர்ந்து நடந்திடு!
துணிந்து செயல்படு!
காயங்களை ஆற்றிடும்
கனியாய் இனித்திடும்
காலமே மருந்து!

மாயாதி

தன்னம்பிக்கை

உன் வெற்றிக்கு
உன் உழைப்பு தான்
உழைக்க தெரியாதவனுக்கு
பிழைக்க தெரியாது
உழைக்க முயற்சி செய் முடியவில்லை
என்றால் பயிற்சி செய்
உன் நம்பிக்கையே உன் வாழ்க்கை
கடிகாரம் ஓடவில்லை என்றால்
உலகம் நிர்க்குமா
நீ உழைக்கவில்லை என்றால்
உனக்கு வெற்றிக் கிடைக்குமா?
உன் தோல்விக்கு உன் கண்ணீர்
உன் வலிக்கு உன் அழுகை
உன் காயத்துக்கு நீயே மருந்து
ஓடு முடியும் வரை ஓடு
காலம் கரையட்டும்
நேரம் நகரட்டும்
இலக்கு அடையும் வரை
நம்பிக்கை கொண்டு ஓடு
பேசுபவர்கள் பேசட்டும்
சிரிப்பவர்கள் சிரிக்கட்டும்
தன்னம்பிக்கை கொண்டு ஓடு
உலகம் உன் பெயர் சொல்லும்!

Kavitha D

மறந்து விடு!

இருள் சூழ்ந்த பாதை கடந்த
நினைவை மறந்து விடு...
வெளிச்சம் தர பௌர்ணமியும்
துணை நிற்கும்!

உன் மேல் எறியப்பட்ட
தடைக்கற்களை மறந்துவிடு...
கடலில் மூழ்கும் கற்களும்
பாறையாய் துணை நிற்கும்!

நித்திரையில் வடித்த கண்ணீர்
துளிகள் மறந்து விடு...
சித்திரையும் பிறந்து புத்தாண்டாய்
துணை நிற்கும்!

கதிரவன் சுட்டெரிக்கும் தீச்சுடரை மறந்துவிடு...
பணி இரவில் நீ மிளிர
வெண்ணிலவும் துணை நிற்கும்!

உன் தவறுகளை திருத்தி பின்
குற்றம் மறந்துவிடு...
வெற்றிகள் நிச்சயம் துணை நிற்கும்!"

Mogana Darshini Ganggayah

நடுவன்

"புது புது நாளும் தினம் தோன்றிடினும்
அவன் மிதிக்கும் வண்டி சத்தம் தொடர்ந்திருக்கும்
புது வண்டி வாங்கிட ஆசை வந்தாலும்
அவன் மனது அதை புதைந்திருக்கும்

தினம் தினம் ஹோட்டல் வாசம் இழுத்திடினும்
அவன் கைகள் கட்டிய சோற்றின்
குடுவையை பிடித்திருக்கும்
சில்லி சிக்கன் ஆசை வந்தாலும்
அவன் வாரம் ஓர் நாள் கணக்கில் புதைத்திருப்பான்

மினு மினுக்கும் புத்தாடை கவர்ந்திடினும்
அவன் மனம் நிறைய யோசித்திருக்கும்
தனக்கு வாங்க ஆசை இருந்தாலும்
அவன் கைகளில் அவனுக்கென்று மலிவும்,
மனைவிகொன்றும் மகளுக்கொன்றுமாய்
புதைத்திருப்பான்

கண்களில் பல கனவுகள் இருந்தாலும்
ஒவ்வொரு நாளும் சிரித்திருப்பான்
இதுவும் கடந்து போகும் என்று..."

Samcb

ஆளப்பிறந்தவளே

உதித்த தருணத்திலிருந்தே
பெண்ணென்ற முகசுழிப்புகளின் மத்தியில்
வளரும் தருவாயிலும்
உடன்பிறந்தவனுக்கும் எனக்கும்
காட்டபடும் பாரபட்சம் ஏனோ
என்னும் தவிப்பில்
நீயெல்லாம் படிச்சி நாளைக்கு
எங்களையா தாங்க போற?
என்ற பெற்றோரின் எதிர்ப்பில்
உனக்கெல்லாம் என்னடி கனவு?
என்ற கணவனின் கதறலில்
என்னை மட்டுமே நம்பி
முட்டி முளைத்து மேலெழுகையில்
இந்த சமூகம் என்னை வீழ்த்த
என் நடத்தையை குறை கூறதுடிதுடிக்கும்
அதற்கெல்லாம் தன்னையே செவிடாக்கிகொண்டு
எட்டி மேலெழுந்து வருவேன்
என்னை மட்டுமே நம்பி!

Madhumitha KKN

உன்னையன்றி?

வறண்ட பிரதேசமும்

கானல் நீரில் மூழ்கிட

கால்கள் தளராமல்

கனவுகள் களைந்திடாமல்

சோர்வுகள் அகன்றிட

துயில் கொள்ளாது

இமைத்திடும் நொடியெல்லாம்

இமயமே தோன்றிட

களங்காத நெஞ்சத்தில்

கவலைகள் குடிகொள்ள

போகும் திசை எல்லாம்

கேள்வி சூழ கேளிக்கை மனிதர்களோ

வேடிக்கை பார்க்க என் இமை மட்டும்

எனோ அகலாமல் வீரியம் கொண்டே

நிமிர்ந்தது நிழலாக நீ இருந்தால்

எதுவும் இங்கு தோற்றே போகிடும்.

மயூரம்

தன்னம்பிக்கை

தோல்விகள் தழுவும் போது
கண்ணில் வரும் நீர் தன்னம்பிக்கை
என்ற தீயை அணைப்பதாக
இல்லாமல்
தன்னம்பிக்கை தீயில் விழும்
எண்ணெய்த் துளிகளாக இருத்தல் வேண்டும்"

மு.உ. அக் ஷய வருணி

தன்னம்பிக்கை

கைகள் இல்லாதவனுக்கு கூட வாழ்க்கை

இங்கு இருக்கிறது

அவர்களுக்குள் நீ இருந்து விட்டால் போதும்.

உன்னை எவ்வாறு அடையாளப்படுத்துவதென்றே

எனக்கு தெரியவில்லை காரணம் நீ

எங்கு எப்படி உருவாகிறாய் என்பது தான்,

தடுக்கி விழுந்தவன் உன்னை தேடுவதும்

தடம்மாறுபவன் உன்னை பற்றி அணைப்பதும்

வாழ்வின் எந்த நிலை தானோ..?

எந்நேரமும் நீ எங்கோ பிறப்பதால் தான்

எத்தனையோ பேர் இன்னமும்

இவ்வுலகில் வாழ்ந்து கொண்டு இருக்கிறார்கள்

இப்பொழுதாவது சொல்

என் நம்பிக்கையே தன்னம்பிக்கை நீதானே!

S.Yamuna

தோல்வி

ஏன் மாணவனே அழுகிறாய்?
தேர்வில் தோல்வியா?
கவலை வேண்டாம்
கண்ணீரைத் துடை

மதிப்பெண் உன் வாழ்க்கையை
தீர்மானிப்பதில்லை
உன் உழைப்பும் முயற்சியும்
தான் உனக்கான
வெற்றியைத் தரும்

மதிப்பெண் தாண்டி சிந்தித்து பார்
உலகம் உன் காலடியில்
துணிந்து செல் துயரங்கள்
தூசி போல் தெரியும்!

M.Perumal

யார் கவிஞன்

சமூக அவலங்களை
திருத்தும்
சாட்டையடி!
ஒவ்வொரு
வரிகளிலும் கொடுப்பான்
சவுக்கடி!

புரியாத புதிராய்
இருந்தாலும் புதிய
பல அவதாரம்
புனைந்து
கொள்பவன்!

வாசிக்கும் அவன்
மலர் கவியில்
வாசிப்போர் மணம்
சுவாசிக்க செய்பவன்!

சித்தரிக்கும் சொல்
அமுதில் அந்த
சிற்பிகளையும்
தோற்க செய்பவன்!

சிறுதுரும்பையும் கருவாக்கி
அதை கவிதையாய்
உருவாக்குபவன்!

இதயத்தை ஊடுருவி நல் இயக்கத்தை
அதில் பாய்ச்சிட செய்பவன்!

காட்சிகளை கண்முன்
கொண்டு நிறுத்த செய்பவன்!

கள்ளமில்லா உள்ளங்களில்
கலந்து கிடப்பவன்!

கருத்தாழம் மிக்க
கவிதைகளால்
காலம் கடந்தும்
மனதில் நிலைப்பவன்!

கவிஞர். பிரியா, குமரவேல்

வீறு கொண்டெழு மனமே

வீறு கொண்டெழு மனமே!
விவேகம் கொண்ட குணமே...

குடிசையில் பிறந்த இனமே.
படிப்பு தன்னம்பிக்கை முடிவே!

முயன்றால் முடியும் உயர்வே!
உன்னால் சிறக்கும் நெறியே!

நெஞ்சில் நிறைந்த இறையே!
கறையில்லா உள்ளத்தின் நிறைவே..

நிம்மதி வாழ்வின் உயர்வே!
உறுதி கொண்டால் உண்மை உனதே!

ஊக்கத்தில் உதவும் உணர்வே...
மனிதனாக பிறந்தது உயர்வே!

மண்ணில் வாழும் தெளிவே!
தொடரட்டும் உன் உழைப்பே!

வீறு கொண்டெழு மனமே!
உலகம் வசப்படும் நாளை நமதே..

வேணு.தேன்மொழி

இதுவும் கடந்து போகும்

பாரம் குறையும்வரை அழுதிடு.

உன் இரவுகள் அழுகையில் தீரட்டும்.

ஆனால் விடிந்ததும் கண்களை துடைத்திடு.

பகலில் அழுதிட உனக்கில்லை நேரம்.

முடிந்தவரை வாழ்க்கையை சபித்திடு.

இப்பிறவி எதற்கென்று வெறுத்திடு.

ஆனால் ஒன்றை மட்டும் என்றும் மறவாதே.

இது நீயாக எடுத்த முடிவு.

நீ நினைத்ததை அடைந்திடும் நாளொன்று

மகுடம் தந்திடும் உன் கையில்.

உன்னை சூழும் இருளும் பகலாகிப்போகும்

அந்த மகுடம் மின்னிடும் பேரொளியில்.

அதுவரை இன்னும் வெறுத்திடு இப்பிறவியை

ஆனால் என்றும் மாற்றிடாதே உன் பாதையை.

இதுவும் கடந்து போகும்!

Subhasri D

தன்னம்பிக்கை

பனிக்குடம் உடைந்து
பக்குவமாய் வெளி வந்தாய்.

மரணத்தை பின் தள்ளி
ஜனனத்தை பரிசாய் பெற்றாய்..

எத்தனை முறை விழுந்தாலும்
அழுது கொண்டே
எழுந்து நின்றாய்.

முதல் காதல் முற்றிலும்
மனம் உடைக்க..

தொடர்ந்து தோல்விகளே
தோளில் அமர.

கோடி துளிகளில்
முதலாய் முந்தி சென்ற நீ..

மீண்டும் ஒருமுறை முயற்சி செய்
முடியும் உன்னால்!

Partha Sarathi

தன்னம்பிக்கை

தன்னம்பிக்கை என்பது மற்றவர்கள்
            உன்னை பார்க்கும் விதம் அல்ல
நீ உன்னை எப்படி பார்க்கிறாய்
            என்பதே விஷயம்

இழந்த காதலை மீட்கப்பெறுவது
            அல்ல, தன்னம்பிக்கை
இழந்த பாதையை கூராக்கி
            இன்பம் காண்பதேயாகும்

ஆயிரம் வழிகள் உன்னைத் தாக்கினாலும்
            உனக்கான உன்னை நீ உருவாக்கு
அதில் நிலைத்திரு
            உன் தேவைகளை பூர்த்தி செய்

உன் எண்ணங்களிலிருந்து வெளிவந்து
            உலகை எதிர்கொள்
உலகம் உன் வசம்!

இலக்கியா பாஸ்கர்,

கலங்காதே

கடந்ததை எண்ணி கலங்காதே கண்மணியே,
கண்ணீர் விட்டு புலம்பாதே கண்மணியே,
காயங்கள் மறைகின்ற போதும்
கண்ணீர்த் துளிகள் மட்டும்
தடயங்களாய் தொடர்வதேனோ?

கள்ளிச்செடியாய் கிழித்த உன் வாழ்க்கை
கட்டிக்கரும்பாய் இனிக்கும்,

கவலைகள் மறந்துவிடு
கண்ணீரைத் துறந்துவிடு
காலங்கள் கழியட்டும்
கவலைகள் அழியட்டும்
காத்திருப்பாய் அதுவரை
கனவுகளோடு!

தனலட்சுமி சந்துரு

கண்ணோட்டம்

பார்வை அது ஒவ்வொருவருக்கும் மாறுபடும்.

பலருக்கு அவர்கள்

விரும்பும் தோற்றத்தில் இருந்தால் அது அழகு

விருப்பமற்ற தோற்றத்தில் இருந்தால்

அது அழுக்கு ஆனால் சிலரோ

புறக்கண்ணை தவிர்த்து அகக்கண்ணை நம்புகிறார்கள்

ஏனோ அவர்கள் மனம் மட்டும்

பொதுக் கண்ணோட்டத்தை

ஏற்க மறுத்து புதிய கண்ணோட்டோம் அமைக்கிறது

இதை அவர்களும் ஏற்றுக்கொள்கின்றனர்

காரணம் அவர்கள் சமூகத்திற்காக

வாழும் கோழையல்ல தன்னம்பிக்கையுடையோர்

நம்பிக்கை இழந்தவன் வெல்வது கடினம்

நம்பிக்கையோடு இருப்பவன் வீழ்வது கடினம்

என்பதை இவர்கள் நன்குணர்ந்தோர் போலும்.

                                        தனுஷமதி சுரேஷ்

இதுவும் கடந்து போகும்

வாழ்க்கை ஒரு போராட்டம்!

கஷ்டங்களையும்,வலிகளை பரிசளித்த

வாழ்க்கைக்கு தெரியும்

அன்பு காட்டிடவும்! அரவணைத்திடவும்!

வெற்றிக்காக காத்திருக்கும்

காலங்கள் வீணாகிப்போவதில்லை!

கசிந்திடும் நீரைத் துடைத்து விட்டு,

மூன்றாயிரம் அடி கடந்தாலும்,

முதல் அடி கொண்ட உற்சாகத்துடன்

முன்னேறிச் செல்வோம்!

இதுவும் கடந்து போகும்!

                                        கவிதா பாரதி. ஐ

வலி(மை)

உன் வலி உன் வலிமை

நீ படும் அவமானம்

உன் வெற்றிக்கு நீ தரும் மகுமானம்

இன்று நீ காணும் சோகம் நாளை

உன் வாழ்வின் வேகம்

இன்று உன் பயம் நாளை உன் துணிவு

இன்று உன் திமிர் நாளை உன் மதிப்பு

வலிகள் மட்டுமே வாழ்க்கை

இன்று கலங்கி விடாதே...

வலிகள் உன் வாழக்கையை வளமாக்கும்.

உன்னை வலிமையாக்கும்.

வாழ சொல்லும் உலகிற்கு

வழி சொல்ல தெரியாது.

உன் வழியை நீயே உருவாக்கு.

கேலி செய்யும் கூட்டத்திருக்கு கொடுத்துவிடு

உன் வெற்றின் காரணத்தை..

நீ   மட்டுமே சுவைத்து கொள்!

உன் முயற்சியின் வெகுமானத்தை.

நெ. சுபராகவி

www.ingramcontent.com/pod-product-compliance
Lightning Source LLC
Chambersburg PA
CBHW031353160726
47993CB00002B/962

9 789392 507182